யாரால்? யாரால்?
யாரால்?

கலைஞர் மு. கருணாநிதி

Title: Yaaral? Yaaral? Yaaral?

Author: M. Karunanidhi

Language: Tamil

First Published on: 1984

Year of Publication: 2025

Book Format: Paperback

*Page Size: 6inch * 9inch*

Category: Essays

Subject: Political Essays

No. of pages: 44

ISBN: 978-81-996129-9-0

Published by: Nilan Publishers, Madurai, Tamilnadu, India

பொருளடக்கம்

குறிப்புகளுக்காக

இந்நூல்........

சின்னஞ்சிறு வயது முதலே சிறுகச் சிறுக தாமிரத்தை உணவில் கலந்து கொடுத்து, வீரம் - விவேகம் - ஆண்மை - சுயமரியாதை உணர்வு - அத்தனையையும் இழக்குமாறு செய்துப்பின்னர், அத்தகையோரை அரண்மனைகளின் அந்தப்புரங்களிலும் பிரபுக்களின் கேளிக்கை மண்டபங்களிலும் குற்றவேல் முடிக்கும் அடிமைகளாக ஆக்கிக்கொள்வது ஆரிய இனத்தவர்களான பாரசீகர் ரோமானியர்களிடையே பழங்காலத்தில் பழக்கமாக இருந்தது.

ஆனால், 'குழந்தைப் பருவத்திலிருந்து தாமிரத்தைக் கொடுத்துச் சீராகக் கண்காணிக்க வேண்டிய சிரமம் இல்லாமலே, பிறக்கும் போதே அடிமைகளாக - மேல் ஜாதி மக்களுக்குக் குற்றவேல் செய்வதையே குலத்தொழிலாகக் கொள்ள வேண்டும் என்கிற கட்டாயத்தோடு - கீழ்ஜாதி எனப்படும் மக்கள் அமைவது இந்துமதச் சமுதாய அமைப்பில் உறுதியாக நிலைத்துப் போயிருக்கும் பீடை.

ஒரு குலத்துக்கு ஒரு நீதி - பிறவியிலேயே உயர்ந்த குலத்தவன் தாழ்ந்த குலத்தவன் என்று பிரித்துப் போடும் அவலம் - இந்து மதத்தின் அடிப்படை தத்துவம்.

இந்தப் பீடையை உடைத்துத் தூளாக்குவதற்காகக் கடந்த காலத்தில் முயன்ற அத்தனைப் பேரும் அதனை அவ்வப்போது சற்று அசைத்துக் காட்டினார்களே தவிர, அடித்தளம் பெயருமாறு செய்ய முடியவில்லை.

வர்ணாஸ்ரம தர்மத்தின் அடிப்படையை அல்ல: அதன் ஆணிவேரையே கல்லியெறியும் கடமையைத் தமது முக்கிய

நோக்கமாகக் கொண்டு, இங்கு சாதனை புரிந்தவை சரித்திரத்திலேயே திராவிடர் கழகமும், திராவிட முன்னேற்றக் கழகமுமே!

தந்தை பெரியாரும் அறிஞர் அண்ணாவும், இவர்களுக்குப் பிறகு தலைவர் கலைஞர் அவர்களும், இந்தப் பணியைத் தங்கள் வாழ்வின் குறிக்கோளாகக் கொள்ளாமலிருந்தால், அளவான தாமிரத்தை அதிகப்படியான கவனத்தோடு அந்நாளில் பாரசீகர் - ரோமானியர் குழந்தைகளுக்குக் கொடுத்து உருவாக்கிய அடிமைகள்' போன்று தான் இன்று, இங்கு நாட்டின் 'நாலாந்தரப் பிரஜைகளாக' பெருவாரி மக்கள் வளையவளைய வலம் வந்து கொண்டிருப்பார்கள்.

இத்தகு நிலையை மாற்றியமைத்தும், மாக்களாகத் தங்களை நினைத்து உழன்று கொண்டிருந்தோர்க்கு மனிதர்கள் என்ற நினைவூட்டியும், அற்புதம் புரிந்த இயக்கங்களும் தலைவர்களும் வர்ணாஸ்ரமவாதிகளுக்கு பெரும் எதிரிகளாக, பழிபோட்டு வஞ்சம் தீர்க்கக்கூடிய பகைவர்களாகத் தெரிகின்றனர்.

இதன் எதிரொலியாகத்தான், மீனாட்சிபுரம் மதம் மாற்ற சம்பவங்கள் போன்றவற்றிலும் பெரியாரையும், அண்ணாவையைம், தலைவர் கலைஞரையும் தொடர்பு படுத்தியும், அவர்கள் மீது அவதூறுகளை அள்ளித்தெளித்தும் ஏகடியமாக எழுதுவதற்கு 'சோ' போன்ற எழுத்தாளர்கள் எப்போதும் தயாராக இருக்கிறார்கள்.

மீனாட்சிபுரம் மதம்மாற்றம் போன்ற சம்பவங்களுக்கு அடிப்படை என்ன என்பதை உணர்ந்து கொள்ளும் மனமில்லாமல், திராவிடர் கழகம், திராவிட முன்னேற்றக் கழகம், தந்தை பெரியார், அறிஞர் அண்ணா, தலைவர் கலைஞர் ஆகியோரைப் பழித்தும் இழித்தும் எழுதிவரும்

'சோ' போன்றவர்களுக்கு. ஆதாரபூர்வமாக ஆண்டாண்டு காலமாக அழுத்தப்பட்ட சமுதாய மக்களின் மனக்குமுறலைம எதிரொலிக்கும் வகையில் தலைவர் கலைஞர் அவர்கள் 'முரசொலி' இதழில் தமது கடிதங்கள் வாயிலாக அளித்துள்ள விளக்கங்கள் தாம் இச்சிறுநூல்.

வர்ணாஸ்ரம தர்மத்தின் அடிப்படையை அணுகாமலே, மதமாற்றச் சம்பங்களைப் பற்றி மனம் போனவாறு கருத்தறிவித்துக் கொண்டிருக்கும் 'சோ' போன்றவர்களுக்கு பதில் சொல்லவும், மக்களுக்குச் சுயமரியாதை உணர்வூட்டவும் முற்படும் அனைவருக்கும் இந்நூல் அற்புதக் கேடயம் - அரிய படைக்கலன்.

சோடையாகி விட்டான் தமிழன் - சோரம் போய்விட்டான் தமிழன் - சோதாக்களின் கூட்டத்தில் ஒருவனாகி விட்டான் தமிழன் - தன் சுகமொன்றே போதுமெனச் சுயமரியாதை இழந்து விட்டான் தமிழன் - என்ற நிலையைத் தெரிந்து கொண்டு 'சோ' போன்றவர்கள், இன்னும் வேகமாகக் கூடச் சுழற்றுவார்கள் வாளை! இதைப் பொறுத்துக்கொண்டுதான் இருக்கப்போகிறானா தன்னலமற்ற தன்மானக் காளை?'

- தலைவர் கலைஞர்

1. யாரால்? யாரால்? யாரால்?

உடன் பிறப்பே,

மீனாட்சிபுரத்தில் தாழ்த்தப்பட்ட மக்கள் மதம் மாறிய நிகழ்ச்சிக்கு எத்தனையோ காரணங்கள் கூறப்பட்டன!

இந்து மத ஆதிக்கக்காரர்கள் தங்கள் தவறை மறைக்கவும் பன்னெடுங்காலமாகச் சாத்திர சம்பிரதாயங்கள் பெயரால் தாழ்த்தப்பட்ட மக்களைப் பொட்டுப்பூச்சிகளாய் புன்மைத்தேரைகளாய் நடத்திய கொடுமைகளின் கோரம் தாங்க முடியாமல் தான் இத்தகைய மனமாற்றங்கள் ஏற்பட்டன என்ற உண்மையை ஒளித்திடவும் மீனாட்சிபுரத்திற்காக கட்டவிழ்த்துவிட்ட காரணங்கள் மிகப்பல!

இப்போது - இதோ ஒரு புதிய காரணத்தை *(SUNDAY 11-10-81)* 'சண்டே' எனும் ஆங்கில இதழில் நண்பர் 'சோ' அவர்கள் கண்டுபிடித்து அதனைக் கட்டுரையாகத் தீட்டியுள்ளார்.

மீனாட்சிபுரம் சம்பவத்திற்கு, சாதிவெறித் தன்மை காரணம் இல்லையாம்!

நாய் நடை பயலலாம்! பன்றி பவனி வரலாம்! பாம்பு ஊர்வலம் நடத்தலாம்! ஆனால் பஞ்சமன் தெருவில் நடக்கக் கூடாது என்றும் அது பாவம் என்றும் - வேதம் ஏற்காது என்றும் மனுஸ்மிருதி மறுக்கிறது என்றும் - ஆண்டவனுக்கு ஆகாது என்றும் - எந்த ஆதிக்கபுரியினர் அன்று தொட்டு இன்றுவரை தடுத்து வந்தார்களோ, அந்த ஆதிக்கக் கோட்டையின் 'அதிசய மனிதர் சோ' அவர்கள் இப்போது புதிய காரணம் ஒன்றைத் தனது பொல்லாத மூளையில்

தோற்றுவித்துக்கொண்டு அதனை நீண்டதோர் கட்டுரையாக்கி நீட்டி முழக்கியிருக்கிறார்.

'அக்கிரகாரத்து அதிசய மனிதர்' என்று அறிஞர் அண்ணா அவர்கள், வா. ரா. அவர்களைப் புகழ்ந்து எழுதியது உண்டு! புரட்சிகரமான கருத்துக்களை எழுத்தின் வாயிலாக வழங்கி அவ்வண்ணமே வாழ்ந்து காட்டியவர் வா. ரா. என்பதால்!

ஆனால் இதோ இந்த அக்கிரகாரத்து அதிசய மனிதர். மீனாட்சிபுரம் சம்பவங்களுக்குக் காரணமாக விளங்கும் மதவெறி ஆதிக்கவெறி -மனுஸ்மிருதி - வர்ணாஸ்ரம தர்மம் - அனைத்தையும் காப்பாற்ற வேண்டுமென்ற ஆர்வத்தோடு தனது புதுக் கண்டுபிடிப்பை வெளியிட்டு மகிழ்ந்திருக்கிறார். இதோ 'சண்டே' ஆங்கில ஏட்டில் அவர் வெளியிட்டுள்ள விஷயங்களை (விஷயங்களை என்பதே பொருந்துமென்க) உடன் பிறப்பே, உன் கவனத்திற்குக் கொண்டு வருகிறேன்.

1) தி.மு.க. வும் திராவிடர் கழகமும் செய்த அழிவு வேலையின் அத்தாட்சிதான் மீனாட்சிபுரம் சம்பவம்!

2) ஈ.வே. ராமசாமி நாயக்கர், பிரிட்டிஷ் புகழ் பாடிகளான ஜஸ்டிஸ் கட்சியின் வாரிசு! தி.க.வின் நிறுவனர்(ஜஸ்டிஸ் கட்சியின் பிராமண எதிர்ப்பை எடுத்துக்கொண்டார். பிராமண ஆதிக்கத்திலிருந்து விடுபட மக்கள் இந்து மத நம்பிக்கையிலிருந்து விடுபட வேண்டுமென்றோர். பிராமண ஒழிப்பையும் இந்துமத ஒழிப்பையும் ஒன்றெனக் கருதினார்!

3) இப்போது ஏற்பட்ட மீனாட்சிபுர அறுவடைக்கு அப்போதுதான் நிலம் உழவு செய்யப்பட்டது!

4) சி. என். அண்ணாதுரையால் துவக்கப்பட்ட தி.மு. கழகம் இந்தப் பாவத்திலிருந்து பிறந்தது!

5) உணர்ச்சிகளைக் கொல்லும் சினிமாவை, தி.மு.க. நாத்திகப் பிரச்சாரத்திற்குப் பயன்படுத்தியது. கோயில்களையும் பூசாரிகளையும் கொடுமையாளர்களாகச் சித்தரித்து, சந்நியாசிகளைத் தீயவர்களாகத் தீட்டிக்காட்டி, சினிமா பார்க்கிற ஒவ்வொருவரையும் இந்து மதத்தைக் கண்டிக்கின்ற நிலைமை உருவாக்கப்பட்டது.

6) தமிழ்நாட்டு மக்கள் ஒருவித அசிங்கமான நாத்திகத்திற்கு பலி யானதன் விளைவுதான் மீனாட்சிபுரம்!

7) இந்து மதக் கடவுள்கள்மீது ஈ.வெ.ரா. மழையாகப் பொழிந்த ஆபாச அர்ச்சனை.

இந்து மதத்தின் மீது சி. என். அண்ணாதுரை பொழிந்த நிந்தனைகள்,

முதலமைச்சராகக் கருணாநிதி பதவியில் இருந்த காலத்தில் இந்துக்களில் நம்பிக்கைமீது அதிகாரபூர்வமாகக் கட்டவிழ்த்துவிட்ட அவதூறுடன் கூடிய ஏளனம் இவைகளுக்குப் பிறகும் தமிழர்கள் அமைதியோடு இருக்கிறார்கள் என்றால் இது தமிழனின் பொறுமைக்கு அடையாளமா? சாதிவெறிக்கு அடையாளமா?

உடன்பிறப்பே, இத்தனையும் 'சோ' பொழிந்துள்ள சொன்மாரி!

பெரியார்

அண்ணா

கருணாநிதி

தி.மு.க.

தி. க.

மீனாட்சிபுரத்திற்கு யார் யார் காரணம் எனக்கூறி, குற்றவாளிக் கூண்டிலே நிறுத்தி - இந்தக் குற்றவாளிகளைத் தமிழர்கள் இன்னமும் பொறுத்துக் கொண்டு அமைதியாக இருக்கிறார்களே என்றும் அங்கலாய்த்துக்கொண்டு 'சண்டே' இதழில் தனது கட்டுரையை முடித்திருக்கிறார்.

இந்தியாவின் வடபகுதியில் பல இடங்களில் நடைபெற்றுள்ள மத மாற்றங்களுக்கும் - தி. க. வும், தி. மு. க. வும்தான் காரணம் என்று சோ சொல்லப்போகிறாரோ என்னவோ தெரியாது! ஒரு பெருங்கூட்டத்துடன் டாக்டர் அம்பேத்கார் புத்த மதத்தைத் தழுவினரே: அதற்குக் காரணம் இந்து மத ஆதிக்கமா? அல்லது வேறு ஏதாவது சோ அவர்கள் கண்டுபிடித்து எழுதப்போகிறாரா? தி.க., தி.மு.க. ஆகிய இயக்கங்கள் தோன்றுவதற்கு முன்பே பல நூற்றாண்டுகளாகத் தமிழகத்தில் மத மாற்றங்கள் ஏற்பட்டதற்குக்கூட அப்போது பிறக்காமலிருந்த பெரியாரும் அண்ணாவும் கருணாநிதியும் தி. க. வும் தி. மு. க. வும் தான் காரணம் என்று கதைக்கப் போகிறாரா?

தி.க.வும் தி. மு. க. வும் அழிவு வேலை செய்தன? அதற்கு அத்தாட்சிதான் மீனாட்சிபுரம் என்கிறார் நண்பர்!

தும்பும் தூசியும் ஒட்டடையும் குப்பையும் நிறைந்துள்ள வீட்டில் அவற்றையெல்லாம் அகற்றிவிட்டு இல்லத்தைத் தூய்மையாக வைத்திட முயல்வது அழிவு வேலை என்று அவரது அகராதியில் அச்சாகியிருக்கிறது போலும்!

சாதிக்கரையானும், புராண ஆபாசப் புற்றுக்களும், சந்தனம் தாம்பூலம் பால் பழம் வைத்துப் பாதுகாக்கப்பட வேண்டியவைகள் என்று நண்பர் வாதிடுகிறாரா?

அவரது கட்டுரையிலேயே பெரியாரைப் பற்றிக் குறிப்பிடும்போது ஈ.வெ.ரா. என்றுகூடக் குறிப்பிடாமல் 'ஈ.வெ.ராமசாமி நாயக்கர்' என்றுதானே ஆரம்பிக்கிறார்! நாயக்கர் என்ற சாதிப் பெயரைச் சேர்க்காமலே பெரியார் என்றால் எல்லோருக்கும் தெரியக்கூடிய பெயர்தானே? அப்படியிருந்தும் அந்தச் சாதியுணர்வு சோவுக்குப் போகவில்லையே! ஜஸ்டிஸ் கட்சி, பிரிட்டிஷாருக்குப் புகழ் பாடியதாம் அதற்கும் மீனாட்சிபுரத்திற்கும் என்ன தொடர்பு? இந்த ஆண்டு நூற்றாண்டு விழா கொண்டாடுகிறோமே, அந்த மகாகவி பாரதியார்கூட பிரிட்டிஷ் இளவரசரைப் புகழ்ந்து வரவேற்பு வாழ்த்துக் கவி பாடியவர்தான்! அதையேன் 'சோ' மறந்துவிட்டார்! ஆரம்பத்தில் காங்கிரசேகூட உத்தியோகங்களில் இந்தியர்களுக்கு அதிக இடம் கோரித்தான் ஆரம்பிக்கப்பட்டது! அதனால் தான் தாழ்த்தப்பட்ட பிற்பட்டவர்களைப் பின்தள்ளிவிட்டு மிக உயர்சாதிக்காரர்கள் 'கருங்குழிப் பார்சல்'களைப் பற்றியெல்லாம்கூடக் கவலைப்படாமல் பிரிட்டிஷ் ஆட்சியிடம் பதவிகளைப் பெற்றுப் பரவசமுற்றனர்! பிரிட்டிஷ் காரனாலேயே தொடங்கப்பட்ட காங்கிரஸ் இயக்கம் பின்னர் அவனிடமிருந்தே விடுதலை கோருகிற இயக்கமாக உருவெடுத்துப் போராடவில்லையா? அந்தப் போர்ப்படைத் தளபதிகளில் ஒருவராக பெரியார் விளங்கிடவில்லையா? பிற்படுத்தப்பட்டோர் தாழ்த்தப்பட்டோர் இட ஒதுக்கீடு தேவை என்ற தனது கருத்துக்கு அன்றைய காங்கிரஸ் தலைவர்களான ராஜாஜி போன்றவர்கள் இடம் தராததாலும் - வ. வே. சு. அய்யர் அவர்கள் சேரமாதேவியில் நடத்திய குருகுலத்தில் சமபந்தி உணவுக்கு மாணவர்களை அனுமதிக்காத காரணத்தாலும் பெரியார் அவர்கள் போர்க்குரல் எழுப்பிக் காங்கிரசைவிட்டு வெளியேறிய வரலாற்றை நாடு மறந்துவிடவில்லையே !

'சேரமாதேவியில் சேர்க்கமாட்டோம் சமத்துவக் கொள்கையை' என்று செப்பியவர்களின் செயலால்

மீனாட்சிபுரத்து உணர்வுகள் ஏற்பட்டனவா? அல்லது அன்றைக்கே அந்த சாதிவெறிச் சண்டாளத்தனத்தை எதிர்த்துச் சங்கநாதம் செய்த தந்தை பெரியார் செயலால் மீனாட்சிபுரங்கள் ஏற்பட்டனவா?

அன்புள்ள,

மு.க.

2. அன்று ஒலித்த அந்தச் சிம்மக்குரல்!

உடன்பிறப்பே,

ஜஸ்டிஸ் கட்சியின் பிராமண எதிர்ப்பை பெரியார் எடுத்துக்கொண்டார். பிராமண ஆதிக்கத்திலிருந்து விடுபட - மக்கள் இந்துமத நம்பிக்கையிலிருந்து விடுபடவேண்டு மென்றார்' என்பதாக சோ, தனது கட்டுரையில் அறிவிக்கிறார்.

ஜஸ்டிஸ் கட்சி, பிராமணரல்லாத மக்கள் சமுதாய, பொருளாதார. அரசியல் துறைகள் அனைத்திலும் படு பாதாளத்தில் தள்ளப்பட்டுக் கிடப்பதைக் கண்டு, கிளர்ந்தெழுந்து அவர்களைக் கைதூக்கிவிடவும் - தன்மானமுள்ள மனிதர்களாகத் தலைநிமிர்ந்து நடமாடிடவும் செய்திடத் தோன்றிய ஒரு இயக்கம். இருண்டுகிடந்த தாழ்த்தப்பட்டோர், பிற்படுத்தப்பட்டோர், பிராமணரல்லாத மக்கள் ஆகியோர் வாழ்வுக்காக ஏற்றி வைக்கப்பட்ட ஒளி விளக்கு! அந்த ஒளிவிளக்கின் உதவியால் ஒரு சில பிராமணரல்லாத குடும்பத்தினர். நீதிபதிகளாக, ஐ.சி.எஸ். அதிகாரிகளாக, பொறியாளர்களாக, டாக்டர்களாக இன்னும் பல பெரிய பதவியாளர்களாக, வர முடிந்தது என்பதும் -அப்படி வந்து முன்னேறிய குடும்பங்களே வாழையடி வாழையாக அந்த உத்தியோகங்களில் உரிமைகொண்டாடி ஒட்டிக்கொண்ட தையும் எண்ணிப்பார்த்துத்தான் பார்ப்பனரல்லாதார் இயக்கம் தனிப்பட்ட சிலருக்குப் பயன்படுவது என்ற நிலையை மாற்றிடவும். மொத்தச் சமுதாயமும் இழிவிலிருந்தும் நலி விலிருந்தும், உரிமைகள் பறிக்கப்பட்ட நிலையில் இருந்தும் விடுபட்டு முன்னேற்றம் கண்டிட வேண்டும் என்ற நோக்கத்துடனும், வெள்ளை ஏகாதிபத்தியத்தை வெறுக்கிறோம் விரட்டியடிக்க விரும்புகிறோம் என்ற எண்ணத்தை எதிரொலிக்கும் விதத்திலும், சேலத்து மாநாட்டில் ஜஸ்டிஸ் கட்சி எனும்

பெயரை திராவிடர் கழகம் என மாற்றி, வெள்ளையர்கள் வழங்கிய பட்டங்களை உதவியெறிந்துவிட வேண்டுமெனத் தீர்மானம் நிறைவேற்றி, ஏழை எளிய பாட்டாளி மக்களின் இதயகீதமாக இயக்கத்தை நடத்திச்செல்லப் பெரியாரும் அண்ணாவும் திட்டம் வகுத்தனர். ஜஸ்டிஸ் கட்சி பிராமணலல்லாதார் முன்னேற்றத்திற்காகப் பாடுபட்ட இயக்கமேதவிர, பிராமணர்களை எதிர்ப்பதை தனது மூல நோக்கமாகக் கொண்டிருக்கவில்லை! கொசுவலை கட்டிக் கொள்வது நமது உடல் ஆரோக்கியத்திற்காக! கொசுக்களின் விரோதிகள் என்று நம்மைப் பிரகடனப்படுத்திக் கொள்வதற்காக அல்ல!

1926-ஆம் ஆண்டிலேயே பெரியார் சென்னை திருவல்லிக் கேணியிலே பேசியது *15.8.26* குடியரசு இதழில் வெளிவந்திருக்கிறது. அது இதோ :

'சாதி வித்தியாசம் நிலைத்து நிற்பதற்கும், வகுப்புத் துவேஷங்கள் வளருவதற்கும் நிரந்தரமான ஏற்பாட்டைப் பார்ப்பனர்களே செய்து வைத்துக்கொண்டு நம்மீது குறை கூறுகிறார்கள். நாம் இப்போது பார்ப்பனர்களைக் கேட்பதெல்லாம் எங்களையும் சமமாகப் பாவியுங்கள், எங்களைத் தாழ்ந்தவர்கள் என்று சொல்லி இழிவுபடுத்தி எங்கள் சுய மரியாதையைக் கொல்லாதீர்கள் என்பதேயன்றி வேறில்ல. என்னை வகுப்புத்துவேஷி என்கிறார்கள். தயவு செய்து நீங்கள் என்னோடு வருவீர்களேயானால் இவ்வூருக்குள் சுற்றிப் பார்த்தால் பார்ப்பனர்கள் வைத்திருக்கும் ஒவ்வொரு காப்பிக் கடையிலும் சாப்பாட்டுக் கடைகளிலும் இரயில்வேக்களில் உள்ள சாப்பாட்டுக் கடைகளிலும் சத்திரம் சாவடி கோயில் குளங்களிலும் இது பிராமணர்களுக்கு என்றும், சூத்திரரும் பஞ்சமரும் முகமதியரும் கிறிஸ்துவரும் அனுமதிக்கப்பட மாட்டார்கள் என்றும் போர்டுகள் போட்டும், நிர்ப்பந்தம் ஏற்படுத்தியும் துவேஷத்தையும் வெறுப்பையும் இழிவையும் உண்டாக்கி

வருவது நானா, அல்லது பார்ப்பனர்களா என்பதைக் கவனியுங்கள்!

1926-ஆம் ஆண்டில் பெரியார் அவர்கள் தொடுத்த இந்தக் குரலுக்கு, விடுத்த வினாவுக்கு - நண்பர் 'சோ' போன்றவர்களின் விளக்கமென்ன?

அந்தச் சிம்மக்குரல் அன்றைக்கு ஒலித்திராவிட்டால் இன்றைக்குத் தென்னகத்தில் ஒரு சிறு குழுவினர். மிகப் பெருங்கூட்டத்தைத் தங்கள் காலடியில் குற்றேவல் செய்கிற கொத்தடிமைகளாகவன்றோ ஆக்கியிருப்பர்!

அந்தச் சிம்மக் குரலுக்குப் பிறகும் இன்றைக்குக்கூட அத்தகைய வகுத்திட்ட மாயையினால் தானே மீனாட்சிபுரங்களில் குமுறலும் கொந்தளிப்பும் கிளம்புகின்றன!

பிராமண ஆதிக்கத்திலிருந்து விடுபட மக்கள் இந்துமத நம்பிக்கையிலிருந்து விடுபட வேண்டுமென்று பெரியார் எதனால்?

இந்துமதம் என்ற இனிப்பான சொல்லைப் பயன்படுத்திக் கொண்டுதான், ஒரு குலத்துக்கொரு நீதியென்ற நிலை உருவாக்கப்பட்டது! இந்து மதம்தான் நால்வகை வருணங்களை உருவாக்கி அந்த நாலு வருணத்திலும் சேராதவர்களாகத் தாழ்த்தப்பட்ட மக்களை ஒதுக்கித் தள்ளியது!

இதோ, மீண்டும் பெரியார் பேசுகிறார்!

'இஸ்லாம், கிறிஸ்தவர், பவுத்தர் அல்லாத மக்களை பொதுவாக இந்துக்கள் என்று பெயரளவில் சொல்லுவதைத் தவிர அந்த 'இந்து' என்பது சமுதாயப் பெயரா? இனப்பெயரா? மதப்பெயரா? என்பதற்கு யாதொரு விளக்கமும் இல்லை! இந்து என்றால் இந்தியன் என்ற வார்த்தையின் சுருக்கச்சொல் என்பதல்லாமல் அதற்கு வேறு கருத்து எதுவுமில்லை. பவுத்தம், கிறிஸ்து இஸ்லாம் முதலிய மதங்களுக்கு மத கர்த்தாக்களின் பெயர்கள் இருக்கின்றன. சைவம், வைணவம் என்னும் மதங்களுக்கு சிவன், விஷ்ணு என்ற மதக் கடவுள்களின் பெயர்கள் இருக்கின்றன. வைதீக மதம், ஸ்மார்த்த மதம் என்பவற்றுக்கு வேதம், ஸ்மிருதி என்ற நூல்கள் இருக்கின்றன. மத கர்த்தாக்கள் பெயர் இல்லாமல், கடவுள் பெயர் இல்லாமல், சம்பந்தப்பட்ட நூல்கள் இல்லாமல் குறிப்பிடத் தகுந்த ஆதாரம் இல்லாமல் ஒரு மதம் இருக்கிறது, அதுதான் இந்து மதம் என்றால் அந்த 'இந்து' என்ற சொல் மதத்தைக் குறிப்பதாக யார்தான் ஒப்புக்கொள்ளமுடியும்? பழக்கவழக்கத்தில் தந்திரசாலிகளுக்கு அனுகூலமாகவும், அறியாத பாமர மக்களுக்குக் கேடாகவும் இழிவாகவும் தலையெடுக்க வசதியில்லாததாகவும் இருக்கிற ஒரு நடவடிக்கைக்கு இந்து மதம் என்ற பெயர் இருக்கிறது என்பதல்லாமல் வேறென்ன? ஆரியர்களின் கொள்கைகளும் வழக்கங்களுந்தான் இந்து மதம் என்று அவர்களிலேயே ஒருசாராரும் வேதமும், ஸ்மிருதிகளும், புராணங்களும்தான் இந்து மதம் என்பதோடு - மனு தர்ம சாஸ்திரம் தான் இந்து மதத்திற்கு சாஸ்திரம் (சட்டம்) என்றும் அவர்களிடையே வேறொரு சாராரும் கூறி அவைகளை நடப்பாக்கி வருகிறார்கள். சுருக்கமாகச் சொல்ல வேண்டுமானால் வர்ணாஸ்ரமதர்மம் என்ற முறை இல்லாவிட்டால் இந்து மதம் என்று சொல்ல எதுவுமேயில்லை!

பெரியாரின் இந்த உரையிலிருந்து என்ன தெரிகிறது! வர்ணாஸ்ரமக் கொள்கைதான் மக்களைப் பல பிரிவுகளாகப் பிரித்து, ஆதிக்கம் பெற்ற ஒரு பிரிவினர். மற்ற பிரிவினரை

அடிமைகளாகவும் தொழும்பர்களாகவும் நடத்திட வழிவகுத்துக் கொடுத்திருக்கிறது என்றும் அதற்கு இந்து மதம்' என்ற பசுத்தோலை, உயர்சாதிப் புலிகள் போர்த்திக்கொண்டு உலவுகின்றன என்றும் தெளிவாகப் புரிகிறதல்லவா? இந்துமத ஆராய்ச்சியைப் பெரியார் நடத்தியதற்குக் காரணமே, அந்த மதத்தின் பெயரால் நால் வருணங்களை வகுத்து ஐந்தாவதாக ஒரு வருணம் என்று பழங்குடி மக்களைப் பஞ்சமர்கள் என்று ஒதுக்கியும் தீண்டாதவர்களாக ஆக்கியும் நடைபெறுகிற கொடுமையைக் கண்டித்து அகற்றத்தான் என்பதை 'சோ' போன்றவர்கள் அறியாமல் இருக்கமுடியாது! ஆனால் அன்று கட்டிய அந்த ஆதிக்கக் கோட்டையைப் பெரியார் அசைத்துக் குலைத்து ஆட்டம் காணச் செய்துவிட்டாரே என்ற ஆத்திரம், மீனாட்சிபுரத்திற்குக் காரணம் இந்துமதக் கொடுமைதான் என்பதை மறைத்துவிட்டு, அந்தக் கொடுமையை எதிர்த்த பெரியாரையும் பேரறிஞர் அண்ணாவையும் அவர்கள் கண்ட கழகங்கள் இரண்டையும் மனம்போனபடி தாக்கி எழுதிட வைக்கிறது!

அடடா! எவ்வளவு காலம் அனுபவித்த சுகம்! வளம்! விதைக்காமல் விளையும் கழனியாக இருந்த நிலை மாறுகிறது என்றால் நெற்றிக்கண்ணைத் திறக்கத்தானே செய்வார்கள்! அதைத்தான் நண்பர் 'சோ'வின் 'சண்டே' இதழ்க்கட்டுரை ஒளிவுமறைவின்றி உணர்த்திக் கொண்டிருக்கிறது!

தீண்டாமை ஒழிப்புக்காக வைக்கத்து வைதீக வெறியர்களின் வீதியிலே படை நடத்தி வெற்றி கண்ட வைக்கம் வீரர் பெரியாரைப் 'பாவச் சின்னம்' என்றும் அந்தப் பாவச்சின்னத்தில் பிறந்ததுதான் அண்ணா அவர் களால் ஆரம்பிக்கப்பட்ட திராவிட முன்னேற்றக் கழகமென்றும் 'சோ' எரியூட்டிக்கொண்டு தாக்குகிறார் என்றால் அவரைப்

போன்றவர்களின் அடங்காத எரிச்சலுக்குக் காரணம் மிக எளிதாகப் புரிகிறதல்லவா?

'வீடணர்கள் கிடைத்திருக்கிறார்கள், வீழ்த்திடலாம் இராவணன் கூட்டத்தை' என நம்புகிறார்கள் அவர்கள்!

'சுக்ரீவர்கள் நம் பக்கம் - அதனால் மறைந்திருந்து வாலிகளை வதைத்துவிடலாம்' எனத் திட்டம் தீட்டுகிறார்கள் அந்தப் பழைய திருக்கூட்டத்தார், புதிய தெம்புடனே!

தனிப்பட்ட பிராமணர்களையல்ல, பிராமணீயத்தைத் தான் எதிர்க்கிறோம் என்று பெரியார் பேசியதையும் -எழுதியதையும் பிராமணீயத்தை எதிர்த்து சமத்துவ சமதர்ம சமுதாயம் காண பார்ப்பன இளைஞர்களே கூட முன் வந்தால் வரவேற்கத் தயார் என்று அண்ணா அழைத்ததையும் - 'சோ' போன்றவர்கள் உலகத்தார் கண்களுக்கு மறைத்துவிட்டு, தாங்கள் இழந்துவிட்ட சொர்க்கத்தை மீண்டும் எளிதில் பெற்றிட எழுதுகோலைத் தூக்கிப் பிடித்திருக்கிறார்கள்!

அண்ணா அவர்களால் தொடங்கப்பட்ட தி. மு. கழகம் பாவத்தில் பிறந்ததாம்.

'சபாஷ்! சோ! சபாஷ்! வீரத்தைப் பாராட்டுகிறேன்! என்று சொல்லத் தோன்றுகிறதல்லவா?

சோடையாகிவிட்டான் தமிழன் - சோரம் போய் விட்டான் தமிழன் சோதாக்களின் கூட்டத்தில் ஒருவனாகி விட்டான் தமிழன் - தன் சுகமொன்றே போதுமெனச் சுயமரியாதை இழந்துவிட்டான் தமிழன் - என்ற நிலையைத் தெரிந்துகொண்டு 'சோ' போன்றவர்கள், இன்னும் வேகமாகக்கூடச் சுழற்றுவார்கள் வாளை!

நமது இனமானங் கூட எழுதி நிரப்புவார்கள் தாளை! இதைப் பொறுத்துக் கொண்டுதான் இருக்கப்போகிறானோ தன்னலமற்ற தன்மானக் காளை?

அன்புள்ள,

மு.க.

3. வீழ்ந்துவிட்ட இனமே! விழித்தெழுக!

உடன் பிறப்பே,

'பாவம்' என்பதற்கும், 'புண்ணியம் என்பதற்கும் பாமரர்களைச் சுரண்டி வாழ்ந்து கொழுத்தோர் தருகின்ற தெளிபொருள் விளக்கமென்ன? நடைபாதைகளில் வெயிலில் கருகி, மழையில் நனைந்து, இரண்டுமில்லாத இருட் காலங்களில் இல்லற சுகங்காணுகிறார்களே ஏழைகள் அந்த நிலைமை அவர்கள் செய்த பாவம்! தேன்சிந்தும் மலர் அசைத்து மணம்கொண்டு வீசுகின்ற தென்றலிலே உப்பரி கையில் ஒய்யாரியுடன் சல்லாபித்துக்கிடக்கிறானே இரும்புப் பெட்டிகளுக்கும் வங்கி நிதிகளுக்கும் சொந்தக்காரச் சொகுசுச்சீமான்? அந்த நிலைமை அவன் செய்த புண்ணியம்! விண்ணளாவிடும் கோபுரம் அமைத்துக் கோயில்கட்டி முடிக்கிறானே பக்திமான் - இவன் சூத்திரனாகவோ பஞ்சமனாகவோ இருந்தால் அவன் கட்டிய கோயிலுக்குள் கர்ப்பக்கிரகத்தில் நுழையவும் அனுமதி கிடைக்காமல் தடுக்கப்படுகிறானே, அது அவன் செய்த பாவம்! கோயில் அமைந்திட ஒரு செங்கல்லைக்கூட சேறு குழைத்து வைத்திடாத பிராமணர்கள் அங்குள்ள சிலையைத்தொட்டு அபிஷேகம் நடத்த - ஆராதனைபுரிய அர்ச்சனை செய்ய - எல்லா உரிமைகளும் படைத்திருக்கிறார்களே, அது அவர்கள் செய்த புண்ணியம்!

இந்தப் பாவ புண்ணிய வேறுபாடுகளைச் சாடியவர்கள் தான் பெரியாரும் அண்ணாவும், அவர்கள் வளர்த்த இரு கழகங்களின் முன்னோடிகளும்!

இந்த அநியாய வேறுபாட்டை வீழ்த்திட அயராது போரிடுவோம் என்றுதான் தி. க. வும் தி. மு. க. வும் இரட்டைக் குழல் துப்பாக்கி என்று பிரகடனம் செய்தார் அண்ணா!

'இந்து மதத்தின்மீது சி. என். அண்ணாதுரை பொழிந்த நிந்தனைகள்' என்று மெத்த கோபத்துடன் 'சண்டே' இதழில் நண்பர் 'சோ' அண்ணா அவர்களைச் சாடுகிறார். இந்து மதத்தின்மீது அண்ணாவோ, பெரியாரோ நிந்தனையைப் பொழியவில்லை! பொழிய வேண்டிய அவசியமும் இல்லை! காரணம், இந்து மதம் என்ற ஒரு மதமே இல்லை! அதற்குக் கர்த்தாக்கள் இல்லை! பழக்க வழக்கங்களுக்கு வந்துவிட்ட நடப்புக்களேயன்றி - பல புராண இதிகாசக் கருத்துக்களின் தொகுப்பேயன்றி மனுதர்ம சாஸ்திரமென்ற வர்ணாஸ்ரமக் கட்டுப்பெட்டியின் சட்டதிட்டங்களேயன்றி ஒரு குலத்துக்கொரு நீதி வழங்கும் நடவடிக்கைகளேயன்றி - குறிப்பிட்டுச் சொல்லுகிற மதமாக இந்துமதம் இல்லாதபோது அண்ணா அவர்கள் இந்துமதத்தின்மீது எப்படி நிந்தனைகளைப் பொழிந்திருக்க முடியும்! அவர் நிந்தனை செய்ததெல்லாம் இந்து மதம் என்ற பெயரை வைத்துக்கொண்டு மனிதனை மனிதனாக மதிக்காத மதோன்மத்தர்களின் சேட்டைகளைத்தான்! சூதும் வாதும் நிறைந்த சுயநலவாதிகளின் சாத்திரங்களைத்தான்! இந்து மதம் குறித்து அண்ணா அவர்கள் வெளியிட்டுள்ள கருத்து இதோ:

'இந்து என்ற பதத்திற்கு இதுவரையில் ஆராய்ச்சியாளர்களும், சரித்திரம் எழுதினோரும் அகராதிக்காரர்களும் கொடுத்துள்ள பொருள் என்னவென்று கேட்கிறோம். படித்த எவரிடமும் உள்ள 'ஜெம்' அகராதியில் *(Gem Dictionary)* பார்க்கட்டும்! மேதாவிகளுக்குத் தோழன் எனக் கருதப்படும் 'சேம்பர்ஸ்' *(Chambers)* அகராதியைப் பார்க்கட்டும். பல நாட்டுத் தகவல்களைத் தொகுத்துத் தரும். என்சைக்ளோ பீடியாக்களைப் பார்க்கட்டும்! 'இந்து' என்பதற்கு என்ன பொருள் தரப்பட்டிருக்கிறது என்பது விளங்கும். ஒரு டி.ஏ. சாமிநாதய்யர் என்பவர் வெளியிட்டாரே 'ஜெம்' அகராதி, அதில் 'இந்து' என்பதற்கு 467-ஆம் பக்கத்தில் பொருள் கூறப்பட்டிருக்கிறது. யாது அப்பொருள்? இந்து என்றால் சனாதன தர்மானுசாரி! இந்துஸ்தானம் என்பதற்குப் 'பியர்ஸ்

என்சைக்ளோ பீடியா' தந்துள்ள பொருள் இமயத்துக்கும் விந்தியத்துக்கும் இடையே உள்ள பிரதேசத்தில் பகுதி என்பதாகும்.

பெரும்பாலான பிராமணரல்லாத, பிற்படுத்தப்பட்ட தாழ்த்தப்பட்ட மக்களைத் தங்கள் வசதிக்கேற்ப - நேரத்திற்கேற்ப - தேவைக்கேற்ப ஆட்டிப்படைத்திடவும், அவதியுறச் செய்திடவும் அவ்வப்போது கிடைத்த வேத புத்தகங்களை - ஸ்மிருதிகளை - படைக் கருவிகளாகக் கொண்டு 'இதுதான் இந்துமதம்' என்று மிரட்டப்பட்டதைத் தவிர வரையறுக்கப்பட்ட வகைப் படுத்தப்பட்ட சமநீதி வழங்குகிற ஒரு செம்மையான அமைப்பாக அப்படியொரு மதம் உண்டு என்று யாராவது வாதிடத் தயாராக இருக்கிறார்களா? இல்லை! இல்லவே இல்லை!

நடைமுறையில் உள்ள பழக்க வழக்கங்களையெல்லாம் அவரவர் விருப்பத்திற்கு ஏற்பத் தொகுத்துப் பெயர் கொடுக்கப்பட்ட இந்து மதம் சாதிக்கொரு நீதி வழங்கிடவில்லையா? அதையே மனுஸ்மிருதி என்று கூறிடவில்லையா? பெரியாரும் அண்ணாவும் தனி மனிதர்களாக இயங்காமல் திராவிடப் பேரியக்கத்தை வளர்த்துப் பழமைவாதிகளின் மீதும் பயங்கர வெறியர்கள்மீதும் தொடுத்த போரின் காரணமாகத்தானே, இந்தச் சமுதாயம் வைகறைப் பொழுதையாவது கண்டிருக்கிறது! இன்னும் முழுமையாக விடிந்து ஒளி ஞாயிறு உலவிடத் தொடங்கினால் - இருள் சாம்ராஜ்யத்தின் ஆந்தைகளும் கோட்டான்களும் வௌவால்களும் தங்கள் வெறுப்பைக் கக்கிடத்தானே செய்வார்கள்! அதன் அடையாளம்தான் 'சண்டே' இதழில் 'சோ' அவர்கள் காரசாரமாகப் பொழிந்துள்ள கண்டனக்கணைகள்! பொல்லாத வார்த்தைகள்! இல்லாத பழிகள்! ஆனால் பாவம், நம்மை வெல்லாத வெல்ல முடியாத வாதங்கள்!

1981-ஆம் ஆண்டிலேயே தீண்டாமை உணர்வும் சாதிக் கொடுமைகளும் - இருக்கின்றன என்றால், பல ஆண்டுகளுக்கு முன்பு அந்த உணர்வுகளும் கொடுமைகளும் சமுதாயத்தை எந்த அளவுக்கு உருக்குலைத்திருக்கும்? அவற்றை எதிர்த்துப் போராடவும் அவற்றிற்கான ஆணிவேரைக் கண்டுபிடித்து அதனை வெட்டி எறியவும் பெரியாரும் அண்ணாவும் பாடுபட்டிருக்காவிட்டால், இன்றைக்கு உத்தியோகங்களில் யார் நிறைந்திருப்பர்! கல்விக்கூடங்களில் யார் வீட்டுப் பிள்ளைகள் குழுமிக்கிடப்பர்! எந்தப் பிள்ளைகள் மாடு மேய்த்துக் கொண்டிருக்கும்! சமுதாய அந்தஸ்து' என்ற பெரும் புரட்சியைத் தமிழகத்தில் தென்னகத்தில் உருவாக்கி 'மனிதரில் நீயுமோர் மனிதன்! மண்ணன்று' என அறிவுறுத்திக் கைதூக்கிவிட்டுப் பீடு நடை போடச்செய்த பெரியாரும் அண்ணாவும் - தி. க. வும், தி. மு. க. வும் தான் மீனாட்சிபுரங்களுக்குக் காரணம் என்று பழிபோடத் துடிப்பவர்கள், மீனாட்சிபுரங்களில் மீளா நரகத்தில் கிடப்பதுதான் ஆண்டவன் கட்டளை அற்புத வேதம் செப்புவது - மனு மாந்தாதாவின் உத்தரவு - என ஒரு காலத்தில் ஓங்காரக் கூச்சலிட்டவர்கள் என்பதை உடன் பிறப்பே, நீ மறந்துவிடாதே!

இதோ நம்மை வளர்த்த அண்ணா எழுதுகிறார் பார், படி! நன்றாகப்படி! மறந்துவிட்டவைகளை மீண்டும் படிக்கவும், புதிதாக வளரும் இளைய தலைமுறை பழைய வரலாறுகளை அறிந்துகொண்டு நமது பகை எது என்பதைப் புரிந்து கொள்ளவும் வாய்ப்பளித்துள்ளவர்களுக்கு நன்றி கூறிவிட்டு அண்ணாவின் 'ஆரியமாயை' நூலில் இருந்து ஒரு பகுதியை இங்கே தருகிறேன்.

'நெல்லூரில் வக்கீலாக இருந்த ஜானகி ராமமூர்த்தி என்ற பார்ப்பனர் 16.9.26ல் நீலா வெங்கடசுப்பம்மா என்ற திராவிடப் பெண்ணைச் சென்னையில் மணந்தார். இப்பெண் ஒரு

ஆரம்பப் பள்ளிக்கூட உபாத்தியாயினி. இவருக்கும் மேற்படி ராமமூர்த்திக்கும் இரு குழந்தைகள் உண்டு. இவர் இரண்டாவது மனைவி. முதல் மனைவி ஒரு பார்ப்பன மாது. ராமமூர்த்தி இறந்துவிடுகிறார். அவருடைய இரண்டாவது (திராவிட மனைவி, தனது இரு குழந்தைகளுக்கும் தனக்கும் ஜீவனாம்சம் கோரி 1946ல் பார்ப்பன மனைவிமீது வழக்குத் தொடர்ந்தாள். ஜில்லா நீதிபதி, அவர்களுக்கு மாதம் 20 ரூபாய் தருமாறு தீர்ப்புச் செய்தார். ஆனால் பார்ப்பன மனைவி அந்தத் தீர்ப்பை எதிர்த்து உயர்நீதி மன்றத்தில் வழக்குத் தொடுத்தாள். இவ்வழக்கை நீதிபதிகள் பாண்டுரங்கராவ், சோமையா ஆகிய இரு பார்ப்பன நீதிபதிகள் விசாரித்தனர். இறுதியில் இந்த திராவிடர் ஆரியர் கலப்பு மணம் செல்லாது எனத் தீர்ப்பளித்து விட்டனர். இதுபோன்ற ஒரு கலப்புமண வழக்கில் பார்ப்பனரல்லாத நீதிபதி வெங்கடசுப்பாரால் கூறியுள்ள தீர்ப்பையும் தவறானது எனக் கூறிவிட்டனர். இந்தத் தீர்ப்பு கால நிலையை ஆதாரமாகக் கொண்டு கூறியதும் இல்லை. சட்ட ஆதரவைக் கொண்டு கூறப்பட்ட தீர்ப்பாக இருக்குமானால் ஜில்லா நீதிபதி தீர்ப்புக்கும் மற்றொரு வழக்கில் நீதிபதி வெங்கடசுப்பாராவ் கூறியுள்ள தீர்ப்புக்கும் எதிரான முரண்பாடு ஏற்பட்டிருக்காது. சட்டமென்றால் எல்லோருக்கும் ஒன்றாகத்தானே அமைந்திருக்கவேண்டும். ஆரிய வேத ஸ்மிருதிகளைக் கொண்டே இத்தீர்ப்பு கூறப்பட்டிருக்கிறது. ஸ்மிருதிகளில் கூறப்படும் நீதிகள் உண்மையில் நீதிகள் அன்று. அவை முழுதும் அநீதிகளாகும். 'பிராமணனால் சூத்திரப் பெண்ணிடத்தில் பிள்ளை பிறந்தால் அவனுக்குத் தந்தையின் சொத்தில் உரிமையில்லை'யென்று மனு தர்ம சாஸ்திரம் ஒன்பதாவது அத்தியாயம் 155-வது சுலோகம் கூறுகிறது. மற்றொன்று மனுதர்ம சாஸ்திரத்தில் கூறப்பட்டுள்ளதையும் உற்றுநோக்க வேண்டும். 'பிராமணனுக்கு சூத்திர மனைவியிடத்தில் பிறந்துள்ள புத்திரன், செய்யும் சிரார்த்தமானது பரலோகத்திற்கு உபயோகம் ஆகாததால் அந்தப் பிள்ளை உயிரோடிருந்தாலும் பிணத்திற்கு ஒப்பானவன்' என்று மனுதர்மம் அத்தியாயம் 9-ல் 178-வது சுலோகம் கூறுகிறது!

உடன்பிறப்பே, அண்ணாவின் இந்தக் கருத்துக்களுக்கு அன்றைக்கு வரவேற்பு இருந்த காரணத்தினால்தான் - இன்றைக்கு ஒரு விழிப்புற்ற ஆம், ஓரளவு விழிப்புற்ற சமுதாயத்தை நாம் காணமுடிகிறது!

இல்லையேல் இன்றைக்கும் மனுதர்மத்தின் அடிப்படையிலேதானே எல்லாக் காரியங்களும் நடக்கும்! பெரியாரும் அண்ணாவும் ஆற்றிய அரிய தொண்டினால் தான் இந்த வெளிச்சத்தையாவது பெற முடிந்தது என்பதை நன்றியுள்ள சமுதாயம் மறுத்திட முன்வருமா?

1946-ஆம் ஆண்டிலேயே இத்தகைய ஸ்மிருதிகளின் கோட்பாடுகளுக்கிணங்க தீர்ப்புக்கள் தரப்பட்டன என்றால் அதற்கு முன்பு தன்மான இயக்கம் உதயமாவதற்கு முன்பு - அநீதியிடை அனலில் புழுவாய்த் துடித்த மக்களின் நிலையை எண்ணிப்பார்க்கவும் முடியவில்லையே!

மௌண்ட்யம் ப்ராணாந்தி கோதண்டாவை
ப்ராஹ்மணானாம் வீதியதே
இதரேஷாது, வர்ணானாமதண்ட
ப்ராணாந்தி கோபவேத ....

இதுமனுதர்மச் சட்டம்! பொருள் புரிகிறதா? கொலைத் தொழில்புரிந்த மற்ற வருணத்தாரைத் தூக்கிலிடவேண்டும். பிராமணன் அத்தகைய குற்றம் புரிந்தால் அவனது தலைமயிரை மொட்டையடித்தலே தண்டனையாகும்! இந்த மனுதர்ம சாஸ்திரத்தைக் கையில் வைத்துக்கொண்டு எந்தக் கொலையும் செய்துவிட்டுத் தலையை மட்டும் மொட்டையடித்துக் கொண்டால் போதுமென்று உலகை ஏமாற்றிக் கொண்டிருந்தவர்களை அடையாளம் காட்டிய

அய்யாவும். அண்ணாவும்தான் பாபிகளாம்! அசிங்கமான நாத்திகவாதிகளாம்!

'சோ' சொல்கிறார்! அவர் சொல்வதைப் பொறுத்துக் கொள்ள சோற்றாலடித்த பிண்டங்களல்ல நாம் என்பதைக் காட்டிட வேண்டாமா? விளக்கங்கள் அளிக்கவும் வீழ்ந்துவிட்ட இனத்திற்கு வீரக்கனல் மூட்டவும்!

அன்புள்ள,

மு.க.

4. ஒரே கல்லில் இரண்டு மாங்காய்

உடன் பிறப்பே,

நிந்தனையைப் பொழிந்து நம்மை இழிமக்கள் என்றும் ஈனர்கள் என்றும் கடவுள், மத, இதிகாச, புராணங்களின் பெயரால் ஆபாச அர்ச்சனை புரிந்துகொண்டு தாங்கள் மட்டும் கடவுளின் முகத்திலே பிறந்தவர்கள் என்றும் ஊரை ஏமாற்றியவர்கள், அவர்களது முகமூடியைக் கிழித்தெறிந்த பெரியாரையும் அண்ணாவையும் நிந்தனையாளர்கள் ஆபாச மழை பொழிந்தவர்கள் என்று அக்கினியாஸ்திரம் விடுத்துத்தாக்குவது வேடிக்கையாக இருக்கிறதல்லவா? வேடிக்கைபோலத் தோன்றினாலும் பெரும் வேதனை யென்பேன் இதனை!

'மாடு தின்னும் புல்லையா! உனக்கு மார்கழித் திருநாளா?' என்று நந்தனைப் பார்த்துக் கேட்ட மமதையாளர்கள், நந்தனை நேரடியாக ஆட்கொள்ள தில்லை நடராசன் மறுத்துத் தீயிலே இறங்கித் தீட்டுப் போக்கிவரச் சொன்னது நியாயமா? என்று கேட்ட பெரியாரையும் அண்ணாவையும் நிந்தனையாளர்கள் என்று மரத்துப்போன நாக்குகொண்டு தாக்குவதா?

'நியாயமானது என்று கேட்பதற்கு நிந்தனையென்று எந்த 'அகரமுதலி' நூலில் பொருள் எழுதப்பட்டிருக்கிறது?

'ஆதியிலும் பறையனல்ல - சாதியிலும்
பறையனல்ல - இப்பப் பாதியிலே
பறையன் ஆனேனே!
பெரும்பாவியானேனே!'

என்று வி.ஏ. செல்லப்பாக்களையும் எஸ். ஜி. கிட்டப்பாக்களையும் நாடக மேடையில் பாடச் சொல்லிவிட்டு சிரக்கம்பம் செய்து கொண்டிருந்தவர்கள்: அரிச்சந்திரனுக்கு எதிராக "சந்திரஹரி"யையும், நந்தன் கதைக்கு மாறாக "கிந்தனார்" கதையையும் கலைவாணர் என்.எஸ்.கே. போன்றவர்கள் அரங்கேற்றியது கண்டு ஆரம்பித்த அலறல்தானே இன்னமும் 'சோ' உருவிலே தொடர்ந்து கொண்டிக்கிறது! இந்து மதத்தின் பெயரால் தமிழ்நாட்டில் உள்ள பெரும்பான்மையான மக்களை உழைக்கும் வர்க்கத்தினரை-கடவுளின் காலிலே பிறந்தவர் என்றும் கயவர்கள் என்று-நிந்தனை செய்தவர்கள் யார்! அந்த நிந்தனை ஆகாது என்று நிமிர்ந்து நின்று எதிர்த்தவர்கள் மீதா நிந்தனையாளர் என்று சேற்றை வாரி வீசுவது ?

சூத்திரன் நீ! படித்தால் பாபம்! அந்தப் பாபத்தைச் செய்தால் உன் நாக்கைக் சூட்டுக்கோலால் சுட்டுப் பொசுக்க வேண்டும்! இது சாஸ்திரத்தின் கட்டாயம்!" நிந்தனையாளர்களா? அவர் தம் சூழ்ச்சியைச் சுக்கானில் மாட்டி "விழி தமிழா! எழு தமிழா! விவேகபுரிக்கு வா தமிழா!" என அழைத்த வீரமிகு தலைவர்களாக பெரியாரும் அண்ணாவும் நிந்தனையாளர்களா?

"பஞ்சமன் நீ ! உன்னைப் பார்த்தாலே தீட்டு ! ஒரு கல் தொலைவு ஒதுங்கிப் போ!" என்று சடை நாயை மடியில் போட்டுத் தட்டிக்கொடுத்துகொண்டே வேதாகமங்களை விரித்துரைத்து மனித சாதியினரில் ஒரு பகுதியினரை விரட்டியடித்த விட நெஞ்சினர் நிந்தனையாளர்களா? அந்தவீணரின் விலா எலும்புடைத்திட, வாழ்ந்திட்ட காலம் முழுவதும் விளக்கவுரைகளையாற்றி-விழி மூடும் இறுதி நாள் வரையில் விசையொடிந்து கிடந்த மக்களை வீறுகொண்டெழச் செய்திடத் தொண்டாற்றிய தூயவர்களாம் பெரியாரும் அண்ணாவும் நிந்தனையாளர்களா?

இந்த மதக் கடவுள்கள் மீது ஆபாச அர்ச்சனைகளை ஈ. வெ. ரா. மழையாகப் பொழிந்தார் என்று 'சண்டே' ஏட்டில் அந்தக் கட்டுரையாளர் சண்டமாருதம் கிளப்பியிருக்கிறார்.

"ஒரு வேசி, தனக்குப் பிறந்த குழந்தையை வீசி எறிவதைப்போல, எதிர்ப்பு ஏற்ப்பட்டது என்பதற்காக தன்னுடைய முக்கியக் கொள்கையை அண்ணாதுரை விட்டுவிட்டார்".

இப்படி நண்பர் சோ, 'சண்டே' இதழில் எழுதியிருப்பதில் எந்தவிதமான ஆபாசமும் இல்லையாம்! அடடா! சோ எவ்வளவு அருமையான ஆபாசமற்ற உவமையைக் கண்டுபிடித்து எழுதியிருக்கிறார். இவர் தான் ஆபாசத்தைப் பற்றி எழுதிடத் தகுதியுள்ளவர் என்று தன்னை கருதிக் கொண்டிருக்கிறார். பிரிவினைக் கொள்கையை 1962 ல் அண்ணா அவர்கள் கழகப் பொதுக்குழுவைக் கூட்டி கைவிட்டதைத்தான் 'சோ' இவ்வாறு வர்ணிக்கிறார் !

வேசித்தனம் செய்து பிள்ளைகளைப் பெற்றுக் கொள்ளலாம் என்று ஸ்மிருதிகள் அனுமதிப்பதை 'சோ' படிக்காதவரல்ல! அந்த ஸ்மிருதிகளையெல்லாம் இப்போது யார் நினைவில் வைத்திருக்கப் போகிறார்கள் என்று அவர் நம்பியிருக்கக்கூடும்! தனது கணவன் இறந்து விட்டாலோ அல்லது புத்திரப்பேற்றை உண்டுபண்ணத் தகுதியற்றுவிட்டாலோ புத்திரப்பேற்றை விரும்புகிற ஒரு பெண், பெரியோர்களின் அனுமதியுடன் ருது காலத்தில் உடம்பில் நெய்யைப் பூசிக்கொண்டு தன் கணவனது சகோதரனையோ, அல்லது அந்தக் குலத்தில் யாரையோ கூடி மகிழ்ந்து கருத்தரிக்கிற வரையில் குலவிக்கிடக்கலாம் என்று யாக்ஞவல்கியர் கூறுவதாக ஸ்மிருதி கூறுகிறது! இத்தகைய ஆபாசக் களஞ்சியங்களை அடையாளம் காட்டியதற்காகத் தான் பெரியாரையும் அண்ணாவையும் தி.க.. தி.மு.க. ஆகிய

இரு இயக்கங்களையும் "ஆபாச அர்ச்சனை பொழிவோர்" என குற்றம் சாட்டிக் குதூகலிக்கிறார் நண்பர்! அதனால் தான் அண்ணா அவர்கள் பிரிவினைக் கொள்கையை விட்டதற்கான காரணத்தை இவர் நடையில் எழுதிக் காட்டுகிறார் ! பாவம் இவருக்குப் பழகிப்போன நடை அது.

இந்து மதக் கடவுள்கள் எனச் சொல்லப்படுவோர் மீது ஆபாசக் கதைகளை எழுதிக் குவித்திருப்போர் ஆபாச மழை பொழிந்தவர்களா ? அந்தக் கதைகளை நம்பாதே என்று காடுமேடு சுற்றிக் கடும் பயணம் மேற்கொண்டு சூறாவளிப்பிரச்சாரம் செய்த சுயமரியாதைச் சுடர் பெரியார் ஆபாச மழை பொழிந்தவரா?

அரிக்கும் அரனுக்கும்-அதாவது ஆணுக்கும் ஆணுக்கும் பிறந்தவர்தான் அய்யனார் என்பது ஆபாசமில்லையாம்! அதை ஏற்க மறுப்பது ஆபாசமாம்!

தாருகாவனத்து ரிஷிபத்தினிகளைச் சிவனார் கற்பழித்த கதை ஆபாசமில்லையாம் அதை ஆபாசம் எனக் கூறியது ஆபாசமாம்!

நாரதர் பெண்ணுருக்கொண்டு கண்ணனைக் கூடி அறுபது ஆண்டுகள் என்ற பிள்ளைகளைப் பெற்றது ஆபாசமில்லையாம்! அதை ஆபாசமென அறிவிப்பதுதான் ஆபாசமாம்!

முழு நிர்வாணமாக வந்து அன்னம் பரிமாறுக என்று அனுசூயாவைப் பார்த்து மும்மூர்த்திகளும் கோரியது ஆபாசமில்லையாம்: இந்த முட்டாள்தனங்களை நம்பாதீர் என முழங்கியது ஆபாசமாம்!

திரைப்படங்ளைத் தி.மு. கழகம், நாத்திகப் பிரச்சாரத்திற்குப் பயன்படுத்தியதாம்! 'சோ' தான் சொல்லுகிறார்!

அண்ணா எழுதிய வேலைக்காரி படத்தில் "ஒன்றே குலம் ஒருவனே தேவன்" என்ற கருத்துதான் வலியுறுத்தப்பட்டது.! "கோயில் கூடாதென்பதல்ல : கோயில் கொடியவர்களின் கூடாரமாக இருக்கக் கூடாது" என்றுதான் பராசக்தி படத்தின் மூலம் அறிவிக்கப்பட்டது.

'ஆயிரம் தெய்வங்கள் உண்டென்று தேடி அலையும் அறிவிலிகாள்!" என்று முழக்கிய முண்டாசுக் கவிஞர் பாரதியை ஏற்றுக் கொள்வார்களாம் - "ஒன்றே குலம் ஒருவனே தேவன்" என உரைத்திடும் தி.மு.க. வினர் நாத்திகர்களாம் ! பெரியாரும் அண்ணாவும் செய்த நாத்திப் பிரச்சாரத்தால் தான் மீனாட்சிபுரத்தில் தாழ்த்தப்பட்ட மக்கள் மதம் மாறிவிட்டார்களாம்!

மீனாட்சிபுரத்தில் மதம் மாறியவர்கள் எம்மதத்திற்குச் சென்றுள்ளனர் ? அல்லாவைக் தொழுகின்ற முஸ்லீம் மதக்திற்குத்தான் சென்றார்கள் ! அந்த மதம் என்ன - “நாத்திக மதம்" என்று சோ அவர்கள் வாதிடுகிறாரா?

தி.மு.க. வினர் எழுதிய அல்லது தயாரித்த சினிமாக்களால் சினிமா பார்க்கிற ஒவ்வொருவரும் இந்து மதத்தைக் கண்டிக்கிற நிலைமை ஏற்பட்டதாக ஆதங்கப் படுகிறார் நண்பர்!

ஒரு பிராமணக் குடும்பத்துப்பெண் வழுக்கி விழுந்து விடுகிற நிலைமையைச் சித்தரிக்கும் "அரங்கேற்றம்" திரைப்படத்தைத் தி.மு.க. வினர் தயாரிக்கவில்லையே ! தயாரித்தவர் யார் என்பது சோவுக்கு தெரியும் - நாட்டுக்கு தெரியுமே!

முதியவரை மணந்த முல்லையரும்பனையாள் சாவித்திரி இளங்காளையொன்றைத் தேடித் தழுவிக் கிடந்த கதையை "ஆச்சாரம் போச்சு" என்று ஆர்ப்பாட்டம் கூட நடத்துகிற அளவுக்கு தயாரிக்கப்பட்ட படத்தை தி.மு.க. வினர் எடுத்திடவில்லையே ! எடுத்து வழங்கியவர் எவர் என்று "சோ" உட்பட எல்லோரும் நன்கறிவரே!

அறிந்திருந்தால் என்ன: அள்ளியிறைப்போம் புழுதியை என்று திட்ட மிட்டுக் கொண்டு அந்த வட்டாரத்திலே சிலர் இத்தகைய ஆயுதங்களை ஏந்திப் புறப்பட்டிருக்கின்றனர்.

அந்தோ, பரிதாபம் - துருப்பிடித்துப் பழுதுப்பட்டுப்போன ஆயுதங்கள்! உடைந்த வாட்கள்! ஒடிந்துபோன ஈட்டிகள்!

சமுதாய மறுமலர்ச்சிக்காகப் பாடுபட்டும் - எதிர்நீச்சல் போட்டு இலட்சியங்களை வளர்த்து நாகரீகம் வளர்த்த காலத்திலும், நமக்குரியது. - கடவுள் காட்டியது காட்டு மிராண்டி வாழ்க்கைத்தான்'' எனக் கைகட்டி வாய் புதைத்து விதியை நொந்துகிடந்த பெரும்பாலான மக்களின் உள்ளத்திலே புரட்சி வித்தினை ஊன்றி அவர்களை எதிர்காலத்தைப் பற்றிய நம்பிக்கையொளியுடன் நடைபோட செய்திட்ட இயக்கங்கள் தான் தி.க.வும் தி.மு.க. திசை திருப்பிட 'சோ' போன்ற நண்பர்கள் எடுத்திடும் முயற்சிகள் மீண்டும் சுமார் அறுபது ஆண்டுக்காலத்திற்கு முன்பு ஆரம்பிக்கப்பட்ட போரட்டத்திற்கே வழிவகுக்கும் என்பதை நினைவூட்டவும் எச்சரிக்கவும் கடமைப்பட்டிருக்கிறேன்.

"முதலமைச்சராக கருணாநிதி, பதவியில் இருந்த காலத்தில் இந்துக்களின் நம்பிக்கைமீது அதிகாரப் பூர்வமாகக் கட்டவிழ்த்துவிட்ட அவதூறுடன் கூடிய ஏளனம்".

பெரியார் பொழிந்த ஆபாச அர்ச்சனை, அண்ணா பொழிந்த நிந்தனை, அந்தப் பட்டியலிலே இப்படியொரு குற்றச்சாட்டையும் என்மீது சுமத்தி, இந்த மூவரும் தி.க., தி.மு.க. ஆகிய கட்சிகளும் தான் மீனாட்சி புர மத மாற்றத்திற்குக் காரணமேதவிர, சாதி வெறியல்ல என்று 'சண்டே' இதழில் கட்டுரையை முடிக்கிறார் நண்பர்!

"ஆபாச அர்ச்சனை"

"நிந்தனை"

என்பவைகள் எப்படி ஆதாரமற்ற குற்றச்சாட்டுக்களோ அப்படித்தான் "அவதூறுடன் கூடிய ஏளனம் அதிகார பூர்வமாக" என்பதுமாகும்!

உடன் பிறப்பே, இதில் விசித்திரம் என்னவென்றால் குற்றத்தின் மொத்த உருவங்கள்: அந்தக் குற்றங்களை மறைத்துக்கொண்டு தங்களைக் குணாளர்கள் என்று காட்டிக் கொள்ளவும் - அதே நேரத்தில் உண்மையான திராவிடர் இயக்கங்களான தி.க., தி.மு.க. -ஆகிய கட்சிகளை அழித்து ஒழித்திடவும் - ஒரே கல்லில் இரண்டு மாங்காய் அடிக்கக் கிளம்பியுள்ளார்கள் - அவ்வளவுத்தான் !

அன்புள்ள,

மு.க.

5. உண்மை உள்ளங்கை நெல்லிக்கனி

உடன்பிறப்பே,

நெருக்கடி நிலை (எமர்ஜன்சி) யைக் கொள்கை ரீதியாக எதிர்த்து அதில் இறுதிவரையில் - "எமர்ஜன்சி" நீக்கப்படும் வரையில் - உறுதியாக இருந்தவர்கள் நாம்! அந்த உறுதியான கொள்கை அறிவிப்பின் காரணமாக நமது கழகம் பல இன்னல்களைச் சந்தித்துக் கடைசியாகக் கழக அரசு கலைக்கப்பெற்று முன்னூறுக்கு மேற்பட்ட கழகத்தினர் சிறைக்கோட்டங்களில் ஓராண்டுக்காலம் வாடிய பொழுது- பல்வேறு சோதனைகள் கழகத்திற்கு வந்த பொழுது- அற்றகுளத்து அறுநீர்ப் பறவைகளாக சந்தர்ப்பவாதிகள் சதி வலை பின்னிடவும் முதுகில் குத்திடவும் மும்முரமாக ஈடுபட்டு, இருந்தவரையில் பதவிப் பவிசுகளை அனுபவித்துவிட்டுப்-பின்னர் பச்சை கண்ட இடத்திற்கு இச்சைகொண்டு பாய்ந்துவிட்ட பொழுது - வாழ்விலும் தாழ்விலும் ஒன்றாக இருப்போம் என்று சூளுரைத்து வாய்மையுள்ள தலைவர்கள் சிலரும் முன்னணித்தளபதிகள் சிலரும் பக்கமிருந்து ஊக்கமளித்திடவும் உன்னைப் போன்ற உயிரனைய உடன்பிறப்புக்கள் என்னைச் சூழ்ந்து நின்றிடவுமான நிலை இன்றுபோல அன்றும் இருந்ததே: அப்பொழுது கவர்னர் ஆட்சியின் தணிக்கைக்குத் தப்பிய கடிதமொன்று முரசொலி யில் வெளிவந்தது! 1976 மே திங்கள் ஐந்தாம் நாள் சென்னை பதிப்பு முரசொலியில் வெளிவந்த கடிதம் அது! அதிலிருந்து சில குறிப்புகளை மட்டும் இப்போது கோடிட்டுக் காட்ட விரும்புகிறேன்.

இந்துக்களின் நம்பிக்கைமீது அவதூறுகளையும் ஏளனங்களையும் அதிகாரபூர்வமாகக் கட்டவிழ்த்துவிட, கருணாநிதி, தனது முதலமைச்சர் பதவியைப் பயன்படுத்தினார் என்று "சண்டே" ஆங்கில இதழில் நண்பர் "சோ" சாட்டியுள்ள குற்றச்சாட்டு எவ்வளவு போலியானது

என்பதை நீ விளக்கிக் கொள்வதற்காகத்தான் ஐந்தாண்டுகளுக்கு முன்பு, ஆட்சியைவிட்டு இறங்கியபோது எழுதியுள்ள நீண்ட கடிதத்தின் சில பகுதிகளை இங்கே நினைவூட்டுகிறேன்.

“கடவுள் கொள்கையில் தந்தை பெரியார் மிகவும் தீவிரவாதி! கடவுளே இல்லை என்று மறுப்பவர்!

உண்டென்பார் சிலர் இல்லையென்பார் சிலர் எனக்கில்லை கடவுள் கவலை என்று பாடியவர் புரட்சிக் கவிஞர் பாரதிதாசன்.

ஒன்றே குலம் ஒருவனே தேவன் என்ற திருமூலர் கொள்கையே தி.மு. கழகத்தின் கடவுட் கொள்கையென அறிவித்தவர் அண்ணா..

ஆத்திக்கப் பெரியோர் கூடியதோர் அவையில் என்னைப் பற்றிக் குறிப்பிட்ட பண்டார சனனதிகள் ஒருவர் "கருணாநிதி அவர்கள் கடவுளை ஏற்றுக் கொள்ளமாட்டார் என்றாலும், கடவுள் காரியங்களுக்கு அவர் ஆட்சி குறுக்கே நிற்கவில்லை" என்றார். அதற்கு விடையளித்த நான், "கடவுளை நாம் ஏற்றுக் கொள்வது பெரிதல்ல, கடவுள் நம்மை ஏற்றுக் கொள்கிற அளவுக்கு நாம் நடக்கிறோமா என்பது தான் முக்கியம்’’ என்று சுட்டிக்காட்டினேன்.

ஏழையின் சிரிப்பில் இறைவனைக் காண்போம் என்ற கவி தாகூரின் தத்துவத்தைத்தான் அறிஞர் அண்ணாவும் அவர் அமைத்த கழக அரசும் செயல்படுத்தியதை நினைவூட்டுகிறேன்.

வாடிய பயிரைக் கண்டபோதெல்லாம் வாடினேன் என்ற வடலூர் வள்ளலாரின் கருத்தாழமிக்க வரிகளை மறவாமல்

கடவுட் பணியென்பது என்னவென்று தெளிவாக உணர்ந்து காரியமாற்றியதுதான் கழக அரசு!"

உடன்பிறப்பே, 1976 - ல் எழுதிய அந்த கடிதத்தின் முகப்புரையில் ஒரு பகுதிதான் இது!

கடவுள், மதம், சடங்குகள் போன்றவற்றில் பண்டித நேரு அவர்கள் எத்தகைய கொள்கை கொண்டிருந்தார் - அவர் மறைந்த பிறகு கிடைத்ததும் அவரால் எழுதப்பட்டதுமான உயிலில் நேரு அவர்கள் தனது உடலுக்கு எந்தவிதமான மத சம்பிரதாயமான சடங்குகளும் கூடாது என திட்டவட்டமாகக் கூறியிருந்தாரா இல்லையா பகவத்சிங்கைப்போல "நான் ஏன் நாத்திகன் ஆனேன்?" என்ற புத்தகத்தை எழுதாவிட்டாலும் நேரு அவர்கள் நாத்திகராகவே விளங்கினார் என்பதை நாடறியாதா என்ன? அவர் தனது நாத்திகக் கொள்கையை ஆட்சியில் எப்படித் திணிக்க முற்படவில்லையோ அதைப்போலத்தான்: "ஒன்றே குலம் ஒருவனே தேவன்" என்ற தி.மு.க வின் கொள்கையை அதிகாரத்தைப் பயன்படுத்தித் தி.மு.க. அரசு, யார்மீதும் திணிக்க விரும்பவில்லை!

அப்படித் திணிக்க நினைத்திருந்தால், குடந்தையில் நடைபெற்ற மகாமகத் திருவிழாவுக்கு வரும் மக்களுக்கு வசதிகள் செய்துதர அண்ணா தலைமையில் பொதுப்பணி அமைச்சராக இருந்த நான் குடந்தையிலேயே தங்கியிருந்து சுற்றுச் சாலைகளை அமைத்திடும் பொறுப்பை ஏற்றிருந்திருக்கமாட்டேன்! அப்போது சட்டப் பேரவை உறுப்பினராக இருந்த குடந்தை நண்பர் காசிராமன் அவர்கள் தி.மு.க. ஆட்சியில் மகாமகத் திருவிழாவிற்குச் செய்யப் பட்ட ஏற்பாடுகளைப் பாராட்டி அவையிலேயே பேசியிருக்கிறார்.

எழுநூறு ஆண்டுகளுக்கு முன்பு மன்னர் காலத்தில் கட்டப்பட்டுப் பழுதடைந்து கிடந்த திருநெல்வேலி

நெல்லையப்பர் ஆலயத்திருப்பணியில் அறநிலையத்துறை அக்கறை காட்டி. குடமுழுக்கும் நடத்தக் காரணமாக இருந்தது தி.மு.க. ஆட்சிதான்!

சென்னை திருவல்லிக்கேணி பார்த்தசாரதி கோயில், பேரூர் பட்டிப்பெருமாள் கோயில், சென்னை வடபழனியாண்டவர் கோயில், பழனி தண்டாயுதபாணி கோயில் விமானம், சுவாமிமலை கோயில், கொடுமுடி மகுடேஸ்வர சாமி கோயில், திருவண்ணாமலை அருணாசலசாமி கோயில், திருவில்லிப்புத்தூர் ஆண்டாள் கோயில், கிருஷ்ணபுரம் கிருஷ்ணன் கோயில் இப்படி பட்டியல் நீண்டு கொண்டே போகும் - பெரிதும் சிறிதுமான சுமார் ஐயாயிரம் கோயில்களின் திருப்பணி நடைபெற்றும் - குடமுழுக்குகள் நடந்தேறியுமுள்ளதற்கான புள்ளிவிபரங்களைத் தரமுடியும், தி.மு.க. ஆட்சியில் அறநிலையத்துறையின் அருமுயற்சியோடு!

இதயத்தில் பதிந்திருக்கிற கொள்கைக்கும் ஏற்றுக் கொண்டிருக்கிற பொறுப்புக்கும் மாசு வராமல் காப்பாற்றுகிற கடமையைக் கழக அரசு செய்துள்ளது என்பதற்கு இவைகள் எடுத்துக் காட்டுகள் அல்லவா?

அனாதைத் சிறார்களுக்காக அரசு உதவியுடன் ஆலயங்கள் சார்பில் கருணை இல்லங்கள் திறந்தபோது மயிலையில் கபாலி கோயிலில் உரையாற்றிய வாரியர் என்ன சொன்னார்!

"முதல்வர் கலைஞர் செய்யும் இதுபோன்ற நல்ல காரியங்களைப் பார்த்து, 'நல்ல காரியம் செய்தாரப்பா முதல்வர்' என்று எம்பெருமானே மகிழ்வார்!".

வாரியார் இப்படிப் பாராட்டினார் - ஆனால் நண்பர் சோவோ வாரியிறைக்கிறார் சேற்றைத் தி.மு.க. ஆட்சியின் மீது!

1919-ம் ஆண்டு நடைபெற்ற சுயமரியாதை மாநாட்டிலே பெரியார் கொண்டு வந்த தீர்மானம் : ஆலய நிதியைக்கொண்டு அனாதைக் குழந்தைகளை வளர்த்துக் கல்வி அளிக்க வேண்டும் என்பதாகும். அது 1959 - ல் காமராசர் காலத்தில் சட்டமானது ! கழக ஆட்சி காலத்தில் விரிவாக செயல்படத் தொடங்கியது.

அதிகாரத்தைப் பயன்படுத்தி இந்து மதத்தின் மீது அவதூறும் ஏளனமும் நான் பதவியில் இருந்தபோது என்னால் நடத்தப்பட்டதாக "சோ" குற்றம் சாட்டுகிறாரே. மேலே குறிப்பிட்டவைகள் தான் அந்த அவதூறும் ஏளனங்களுமா?

கோயில் அறங்காவல் குழுக்களில் தாழ்த்தப்பட்ட வகுப்பைச்சார்ந்த உறுப்பினர் ஒருவர் கட்டாயம் இடம் பெறவேண்டுமென்று சட்டத்தில் வகை செய்து கழக ஆட்சியின் போது இரண்டாயிரம் பேர் அறங்காவலர்களாக ஆக்கப்பட்டார்களே. அதைக் குற்றமென்கிறார்களா?

தகுதி படைத்த அனைத்து சாதியினரும் அர்ச்சகராக வரலாம் என்று சட்டம் கொண்டு வந்ததே கழக அரசு: அதைதான் அவதூறு அக்கிரமம் என அடுக்குகிறாரா?

சட்ட மன்ற மதிப்பீட்டுக் குழுவின் பரிந்துரையை ஏற்று (வி. ஐ. பி) முக்கியஸ்தர்களுக்கு ஆலயங்களில் கட்டப்படும் பரிவட்டம் எடுக்கப்படும் பூரண கும்பம் ஆகிய தனி மரியாதைகளை நிறுத்தியதே கழக அரசு: அதைக் குற்றமெனக் கூறுகிறாரா?

அறநிலையத்துறை மானிய விவாதமே சட்டப் பேரவையில் நடக்காமல் இருந்த நிலையை மற்ற 1970 ஆம் ஆண்டு முதல் அத்துறைகளுக்கென தனி அமைச்சரும் பேரவையில் தனி

விவாதமும் தொடங்குவதற்குக் கழக அரசு வழிவகுத்ததே: அதனைத் தவறு எனத் தாக்குகிறாரா?

அறநிலையத் துறையில் பொறுப்பில் 1967 வரையில் 9,600 அறநிலையங்கள் மட்டுமே இருந்ததை அறிந்து, தனி அலுவலர் நியமித்து ஐந்து ஆண்டுகளில் நடந்த ஆய்வில் மட்டும் (1971 முதல் 1976) சுமார் நாற்பத்து இரண்டாயிரம் (42,000) அற நிலையங்களையும் அவற்றுக்ககுச் சொந்தமான இரண்டு லட்சம் ஏக்கர் நிலங்களையும் தனியார்களின் ஆதிக்கத்திலிருந்து விடுவித்து அறநிலையத்துறை பொறுப்பில் கொண்டுவர முயற்சி மேற்கொண்டு அப்போதே இருபத்தி ஐயாயிரம் அறநிலையங்களையும் அறுபத்து ஐயாயிரம் ஏக்கர் நிலங்களையும் கொண்டு வந்ததே கழக அரசு: அதைத்தான் இமாலயத் தவறு என இயம்புகிறாரா?

1967 -ல் தமிழ்நாட்டுக் கோயில்களின் மொத்த வருமானம் ஆண்டுக்கு மூன்று கோடி ரூபாய்! இடையே ஏற்பட்ட தவறுகளைக் களைந்த காரணத்தால் 1975-ல் ஆண்டுக்கு பனிரெண்டு கோடி ரூபாயாக அந்த வருமானம் ஆகியதே அதைப்பெருபிழையெனத் தூற்றுகிறாரா இந்த 'தூயவர்?

தஞ்சை மாவட்டத்தில் ஒரு கோயிலில் உள்ள சுவாமியின் பெயரை தன்னுடைய பிள்ளைக்கு வைத்து, ஆண்டவன் பெயரால் இருந்த சொத்துக்களை தன் குடும்பத்துக்குச் சொந்தமாக்கிகொண்டார் ஒரு பரம்பரை தர்மகர்த்தா! கழக ஆட்சியில் அது கண்டுபிடிக்கப்பட்டு வழக்கு தொடரப்பட்டதே: அதை இந்து மதத்திற்கு இழைக்கப்பட்ட அவதூறு எனக கழக அரசின் மீது களங்கம் கற்பிக்கிறாரா நண்பர்?

இப்படிப் பல தர்மகர்த்தாக்கள் பத்திப் பேரவையில் நடத்திய பயங்கரக் கொள்ளைகளைத் தடுத்து, ஆலயத்துச்

சொத்துக்களை காத்திட முயற்சிகளை ஆதார பூர்வமான புள்ளி விவரங்களுடன் அப்போதே கழக அரசு பட்டியல் போட்டுக் காட்டியிருக்கிறது!

இருபதாண்டுக்காலம் ஓடாமல் இருந்த திருவாரூர் தேர் ஓடுவதற்குக் கூட தி.மு.க. ஆட்சியில் தான் தேரோடும் வீதிகள் செப்பனிட்டுத் தரப்பட்டன என்பதை அப்போதே பக்தர்கள் பலர் பாராட்டியுள்ளனர் என்பதை நண்பர் அறிவார்!

இருப்பினும் ஓடுகிற ஓட்டத்தில் புழுதி அள்ளி இறைப்பதிலே இவர் போன்றோருக்கு ஒரு தனி மகிழ்ச்சி.

இல்லாவிட்டால் தி.க., தி.மு.க. ஆகிய இரு கட்சிகளாலும் பெரியார், அண்ணா, கருணாநிதி ஆகிய மூவரின் கடந்த காலப் பிரச்சாரங்களாலும், நடவடிக்கைகளாலும் தான்- மீனாட்சிபுரத்தில் மத மாற்றம் ஏற்பட்டதென்று எழுதிட முன்வருவாரா?

நம்மையும், நமது இரு இயக்கங்களையும் பொறுத்துக் கொண்டு தமிழர்கள் அமைதியாக இருக்கிறார்கள் என்று ஆச்சரியத்தை வெளியிட்டுக் கட்டுரையை முடிக்கிறார் நண்பர் சோ!

யார், யாரைப் பொறுத்துக் கொண்டிருக்கிறார்கள் என்பது உண்மை உணர்ந்தவர்களுக்குத் தெரியும்!

ஆனால் ஒன்று உடன்பிறப்பே! உண்மையான உறுதியான திராவிடர் இயக்கங்கள் எவை என்பதையும், பெரியார் அண்ணா கொள்கைவழி நடப்பவர்கள் யார் என்பதையும் கலையாத ஓவியமாக - அழியாத சித்திரமாக - அவரையும் அறியாமல் தமிழ் மக்களுக்குத் தீட்டிக் காட்டியமைக்காக

சோவுக்கு நன்றி கூறி - இந்தத் தொடர் கடிதங்களை முடிக்கிறேன்.

அன்புள்ள

மு.க

★ ★ ★

9 788199 612990

Printed at Repro India Ltd.